ચિંતા ઉપર નિબંધ

મિહિર જાગૃતિ વોરા

Copyright © Mihir Jagruti Vora
All Rights Reserved.

This book has been self-published with all reasonable efforts taken to make the material error-free by the author. No part of this book shall be used, reproduced in any manner whatsoever without written permission from the author, except in the case of brief quotations embodied in critical articles and reviews.

The Author of this book is solely responsible and liable for its content including but not limited to the views, representations, descriptions, statements, information, opinions and references ["Content"]. The Content of this book shall not constitute or be construed or deemed to reflect the opinion or expression of the Publisher or Editor. Neither the Publisher nor Editor endorse or approve the Content of this book or guarantee the reliability, accuracy or completeness of the Content published herein and do not make any representations or warranties of any kind, express or implied, including but not limited to the implied warranties of merchantability, fitness for a particular purpose. The Publisher and Editor shall not be liable whatsoever for any errors, omissions, whether such errors or omissions result from negligence, accident, or any other cause or claims for loss or damages of any kind, including without limitation, indirect or consequential loss or damage arising out of use, inability to use, or about the reliability, accuracy or sufficiency of the information contained in this book.

Made with ♥ on the Notion Press Platform
www.notionpress.com

આ પુસ્તક હું મારા માતા પિતા, મોટા ભાઈ ભાભી
અને નાની પ્રિય ભત્રીજી ને અર્પણ કરું છું.

સામગ્રી

प्रस्तावना

મિત્રો ચિંતા ઉપર નિબંધ માં મેં વિવિધ ચિંતા ની માહિતી વિકિપીડિયા, વિવિધઅખબારીઅહેવાલ અને જાણીતા મનોચિકિત્સક: અને મનોવિજ્ઞાન ના શિક્ષક અને પ્રોફેસર ના સંશોધન નો ઉપયોગ કર્યો છે અહીં મેં માત્ર માહિતી આપી છે જેની નોંધ લેવા વિનંતી છે

સ્વીકૃતિઓ

મિત્રો ચિંતા ઉપર નિબંધ માં મેં વિવિધ ચિંતા ની માહિતી વિકિપીડિયા ,વિવિધ અખબારી અહેવાલ અને જાણીતા મનોચિકિત્સક: અને મનોવિજ્ઞાન ના શિક્ષક અને પ્રોફેસર ના સંશોધન નો ઉપયોગ કર્યી છે અહીં મેં માત્ર માહિતી આપી છે જેની નોંધ લેવા વિનંતી છે .અહીં મેં જેના સંદભી નો ઉપયોગ કર્યી છે તે સૌ નો હું આભાર માનું છું

અનુક્રમણિકા

ચિંતા ઉપર નિબંધ

1

ચિંતા ઉપર નિબંધ

મિત્રો ચિંતા ઉપર નિબંધ માં મેં વિવિધ ચિંતા ની માહિતી વિકિપીડિયા અને જાણીતા મનોચિકિત્સક અને મનોવિજ્ઞાન ના શિક્ષક અને પ્રોફેસર ના સંશોધન નો ઉપયોગ કર્યો છે અહીં મેં માત્ર માહિતી આપી છે જેની નોંધ લેવા વિનંતી છે.

મિત્રો ગુજરાતી માં મશહૂર કહેવત છે કે ચિતા અને ચિંતા બંને સરખા છે અને સંસ્કૃતના પ્રખ્યાત શ્લોક,''ચિતા ચિન્તા સમાયોક્તા બિંદુ માત્ર વિશેષતા,સજીવં દહતે ચિન્તાં નિર્જિવમ દહતે ચિતા'' પ્રમાણે ચિતા અને ચિંતા બંને સરખા છે ફક્ત એક બિંદુનો ફરક છે. ચિતા સજીવને એક વાર બાળે છે જ્યારે આ ચિંતા મનને સતત બાળ્યા જ કરે છે.

ચિંતા શા માટે થાય છે? ચિંતા ના થાય માટે કોઈ રસ્તો ખરો? નામના એક લેખમાં મશહૂર મનોચિકિત્સક મુકુંદ મહેતાજણાવે છે કેઆ ચિંતા છે શું? માનવીના સ્વભાવ સાથે વણાઈ ગયેલી એક માત્ર વસ્તુ એટલે ચિંતા. એક જ કે બીજી કોઈ પણ લાગણીઓ માનવીને ચોવીસ કલાક સૂતા કે જાગતા હેરાન પરેશાન કરતી નથી પણ ચિંતા ચોક્કસ કરે છે.

એક સંશોધન માં જણાવે છે કે ચિંતા એ એક માનસિક સ્વાસ્થ્ય વિકાર છે જેમાં દર્દી મોટે ભાગે ચિંતિત હોય છે અને તેને ડર લાગે છે. તે વ્યક્તિના માનસિક અને ભાવનાત્મક સ્વાસ્થ્ય સહિતની દિનચર્યાને

અસર કરી શકે છે પણ ચિંતાગ્રસ્ત પરિસ્થિતી એ જુદી વાત છે. આ એક પ્રકારની માનસિક બીમારી છે જેનાથી થનારી તકલીફોને કારણે તમે અને કોઈ વાર તમારા કુટુંબીજનો શાંતિથી જીવી શકતા નથી. આમાં વ્યક્તિને ચિંતા અને ડર સતત રહે છે જેથી તેઓ પોતાનું જીવન શાંતિથી જીવી શકતા નથી ચિંતાગ્રસ્ત પરિસ્થિતી એટલે મગજની એક પ્રકારની ગૂંચવણને કારણે ઉત્પન્ન થતી અવસ્થા કહેવાય. તે વખતે કારણ વગરનો ભય લાગે.

જે વસ્તુ બની નથી કે બનવાની નથી તેની ખોટી કલ્પના કરીને દુ:ખી થવાનો એકમાત્ર રસ્તો ગણાય. જે ભય કે ડર લાગે છે તેનું કારણ પણ વર્તમાનમાં બનેલા બનાવો છે. બીજી રીતે જણાવું તો ચિંતા અથવા 'એન્ક્ઝાઈટી ડિસોર્ડર્સ' એટલે જ્યારે કોઈ પણ જાતનો માનસિક તનાવ હોય ત્યારે ઉત્પન્ન થતી મનની લાગણી છે. આવું થાય તે સ્વાભાવિક છે. આને કારણે અનેક પ્રકારના શારીરિક લક્ષણો થાય.

જેવા કે હૃદયના ધબકારા વધી જાય અને શરીર ધ્રૂજવા માંડે અને ખૂબ ગભરામણ થાય. જૂના જમાનામાં ચિંતાને કારણે પરેશાન લોકો પ્રમાણમાં ઓછા હતા. આજે સંખ્યા વધતી ચાલી છે અને પ્રજાના મોટી ઉંમરના ૩૦ થી ૪૦ ટકા લોકોના જીવનમાં થાય તે વાત બહુ સામાન્ય ગણાય છે. ચિંતા 'ની સારવાર કરનારા ડોક્ટરોને 'સાયકીયાટ્રીસ્ટ' અને 'સાયકોલોજિસ્ટ' કહે છે.

મશહૂર મનોચિકિત્સક ડૉ. સુધીર શાહ .પોતાના સંશોધન માં જણાવે છે કેચિંતા ના પ્રકારો : (૧.) જનરલાઈઝ્ડ એન્ક્ઝાઈટી ડિસોર્ડર્સ : જેમાં સતત ચિંતાગ્રસ્ત રહેવાને કારણે વ્યક્તિ રોજની દિનચર્યા પણ મુશ્કેલીથી કરી શકે તે ઉપરાંત તે એક ઠેકાણે શાંતિથી બેસી ના શકે. વારે વારે ઘરમાં ફર્યા કરે , જલ્દી થાકી જાય, એકાગ્રતા જતી રહે, ઘરનું કે બહારનું કોઈ પણ કામ કરી ના શકે, હાથ પગના સ્નાયુ દુખે, પૂરતી ઊંઘ ના આવે, વાત વાતમાં ગુસ્સે થઈ જાય. પોતાની અને ઘરના લોકોની તબિયતની ચિંતા કરે, ઘડીમાં ઘરની કોઈ વસ્તુ બગડી હોય કે ગાડી રીપેર કરાવવાની હોય તો અગાઉથી ખૂબ ખર્ચ થશે તેની સતત ચિંતા કર્યા કરે.

ર. પેનિક ડિસોડીસોર્ડર્સ : જેમાં કોઈ વસ્તુનો સતત ભય લાગ્યા કરે, જેની અસર શરીર પર અને મગજ પર પડે તે વખતે થનારા

લક્ષણોમાં શ્વાસ ચઢી જાય. મોં સુકાઈ જાય, હ્રદયના ધબકારા વધી જાય, પરસેવો થાય, શરીર ધ્રૂજે, શ્વાસ ચઢી જાય, છાતીમાં દુ:ખાવો થાય, ચક્કર આવે, માથું ખાલી થઈ ગયું હોય તેમ લાગે, હાથ અને પગ ઠંડા પડી ગયા હોય તેમ લાગે, ઠંડી લાગે, ખૂબ નબળાઈ લાગે. ઊંઘ ના આવે, પેટના પ્રોબ્લેમ્સ દુખાવો, ઊબકા થાય. શાંતિથી એક જગાએ બેસી ના શકે, શરીરના સ્નાયુ સખત થઈ જાય.

ચક્કર આવે, પોતાને કંઈ થશે એવી ખોટી કલ્પના થાય. ઘરના લોકોથી અલગ થઈ ગયો હોય તેવી લાગણી થાય. આપઘાત કરવાની ઈચ્છા થાય. ઘણીવાર આ બધા લક્ષણો ગંભીર પ્રકારના થાય ત્યારે વ્યક્તિને એમ જ થાય કે તેને હાર્ટ એટેક આવ્યો છે અથવા કોઈ ગંભીર બીમારી થઈ છે એટલે પોતાની જાતે જ હોસ્પિટલની ઈમરજન્સીમાં દાખલ થવા જાય. પેનિક એટેક કારણ વગર ઓચિંતા આવે.

મોટેભાગે ૨૦ થી ૨૫ વર્ષના લોકોને થાય અને કોઈ વખત ડિપ્રેશન (હતાશા) ત્યહે પીડાતા લોકોમાં થાય અને કોઈવાર કોઈ અકસ્માત જોયો હોય, માંસ પડી ગયેલું અને લોકો દબાઈ ગયેલા જોયા હોય જેને પોસ્ટ ટ્રોમેટિક સ્ટ્રેસ ડીસોર્ડર્સ (પી.ટી એસ ડી) કહેવાય. નાના સ્કૂલે જનારા બાળકોમાં ઘેર લેસન આવડતું હોય પણ સ્કૂલે જાય ત્યારે શિક્ષક પુછશે તે નહીં આવડે તો ત્યારે પણ પેનિક ડીસોર્ડર્સ થાય અને ઘરમાં મુંગા થઈ જાય વાત ના કરે.

ફોબિયા : (એ.) ચોક્કસ વસ્તુનો ભય : કોઈ વસ્તુનો, બનાવનો અને નુકશાન ના કરે તેવી કોઈ પ્રવૃત્તિનો સતત ભય લાગે. દર્દીને પોતાને ખબર હોય કે પોતાનો ભય નુકશાન કરે તેમ નથી છતાં તે માને નહીં અને સતત ડર્યા કરે. કોઈ વાર આવો ભય એટલો બધો લાગે કે સતત ગભરાયા જ કરે.

બી. એગ્રોફોબિયા : કોઈને એરોપ્લેનમાં બેસવાનો ડર લાગે, કોઈને ગરોળીનો ભય લાગે, કોઈને ખુલ્લી જગામાં બેસવાનો તો કોઈને બંધ રૂમમાં બેસવાનો ડર લાગે, કોઈને ઘરની બહાર એકલા જવાનો તો કોઈને જ્યાં ગિરદી હોય ત્યાં નહીં જવાનો કે કોઈને એકલા બહાર જવાનો ડર લાગે.

સી. સોશિયલ ફોબિયા : જેને સોશિયલ ફોબિયા હોય તેવી વ્યક્તિને લોકોને મળવાનું ન ગમે, સભામાં જવાનું પણ ના ગમે. કુટુંબના લોકો

સાથે પણ બેસી ના શકે કારણ એને સતત બીક લાગે છે કે કોઈ એનું અપમાન કરશે અથવા કોઈ એની મશ્કરી કરશે કે એની સાથે કોઈ વાત નહીં કરે. બને ત્યાં સુધી એ કોઈ મિટિંગમાં કે જ્યાં વધારે વ્યક્તિઓ ભેગા થતા હોય ત્યાં જાય નહીં. આવી પરિસ્થિતી ૬ મહિના રહે.

ડી. જુદા થઈ જવાની ચિંતા (સેપરેશન એન્ક્ઝાઈટી) : આ પ્રકારમાં વ્યક્તિને પોતાના ઘરના સગા (માતા, પિતા, ભાઈ બહેન કે પત્ની)થી જુદા થઈ જવાનો (દૂર રહેવાનો) ડર સતત લાગે. ઘરમાં કોઈ બીમાર હોય તો તે નહીં હોય ત્યારે શું થશે તેના વિચાર કર્યા કરે આવું વિશેષ કરીને બાળકોમાં થાય જેની અસર મહિનામાં જતી રહે જ્યારે મોટી ઉંમરના લોકોમાં થાય જેની અસર છ માસમાં જતી રહે.

ઈ. કોઈ મેડિકલ પ્રોબ્લેમ કે વ્યસનને કારણે થતી ચિંતા : કોઈ દર્દ થયું હોય ત્યારે જે તકલીફ હોય સખત ચિંતા થાય. ખાસ કરીને આ રોગ નહીં મટે અથવા આ રોગને કારણે હું મરી જઈશ એવી સતત ચિંતા રહે. કોઈ વખત કોઈ ડ્રગ લેતા હોય, દારૂ કે સિગારેટનું વ્યસન હોય તે છોડી દઈશ તો શું થશે એની ચિંતા.

ચિંતાના કારણો : વૈજ્ઞાનિકોના જણાવ્યા પ્રમાણે બધા જ પ્રકારની ચિંતા (એન્ક્ઝાઈટી ડીસોર્ડર્સ)ના કારણો ચોક્કસ ખબર નથી પણ તે કોઈ વાર વારસાગત છે તેમજ વાતાવરણને કારણે મગજમાં થનારા ફેરફારો અથવા માનસિક કારણોને લીધે થાય છે.

ચિંતાનું નિદાન કેવી રીતે થાય? : ફેમિલી ડોક્ટર દર્દી સાથે એક વાર વાતો કરીને વિગત જાણીને નક્કી કરે કે દર્દીને કોઈ શારીરિક તકલીફ છે તેને કારણે આગળ જણાવેલી ચિંતા (એન્ક્ઝાઈટી ડીસોર્ડર્સ) છે કે બીજા કોઈ વારસાગત અને વાતાવરણના કારણો છે કે નહીં. ત્યાર પછી તેની સારવાર કરવા માટે માનસિક રોગ નિષ્ણાત (સાયકીયાટ્રીસ્ટ) પાસે મોકલી આપે.

ચિંતાની સારવાર કેવી રીતે થાય?

૧. આવા દર્દીઓ માટે 'સાયકોથેરેપિ' અથવા 'ટોક થેરેપિ' અને દવાઓ જેમાં ડિપ્રેશન (હતાશા) દૂર કરવાની દવાઓથી સારવાર કરવામાં આવે છે. મોટે ભાગે ચિંતા (એન્ક્ઝાઈટી ડીસોર્ડર્સ)વાળા દર્દીઓ ડોક્ટર પાસે જતાં નથી કારણ તેમને ખ્યાલ જ આવતો નથી કે તેમને કોઈ દરદ છે અને તેને માટે ડોક્ટર પાસે જવું જોઈએ એ જરૂરી

છે.

૨. જેમાં કેફિન વધારે આવે તેવા પીણાં (વધારે પડતી ચા, કોફી, કોલા ડ્રિંક્સ, ચોકલેટ ના લેવા જોઈએ કારણ કે તેનાથી એન્ક્ષાઈટી ડીસોર્ડર્સ વધી જાય છે.

૩. સમયસર સાદો ખોરાક લેવો જોઈએ જેમાં લીલા શાકભાજી અને તાજા ફળો લેવા જોઈએ તેમજ થોડા ડ્રાય ફ્રૂટ્સ (બદામ, પિસ્તા, કાજુ અને અખરોટ) પણ લેવા જોઈએ.

૪. પ્રમાણસર યોગ્ય કસરત કરવી જોઈએ જેમાં જોગિંગ (ધીમી ગતિની દોડ) કરવાથી મગજમાં એવા ન્યુરોટ્રાન્સમીટર્સ નીકળે કે જેને કારણે માનસિક તનાવ જતો રહે અને મન પ્રફુલ્લિત બને.

૫. ૬ થી ૮ કલાકની ઊંઘ લેવી જોઈએ.

૬. માનસિક તનાવ અથવા એન્ક્ષાઈટી ડીસોર્ડર્સ માટે તમારી જાતે કેમિસ્ટ પાસેથી જે દવાઓ ડોક્ટરના કાગળ વગર મળે તેવી દવાઓ (ઓ.ટી.સી.) લેવો ના જોઈએ.

૭. પોતાના અંગત મિત્ર કે કુટુંબીજન પાસે બધી વાત કરીને તેની પાસેથી યોગ્ય સલાહ અને માર્ગદર્શન મળે તો ચિંતા ઓછી થાય અને દિલ હળવું થાય.

૮. આમ છતાં દર્દીને પોતાની મેળે સારવાર કરવી હોય તો પોતાને થયેલી ચિંતા અથવા માનસિક તનાવ દૂર કરવા માટે 'ધ્યાન (મેડિટેશન)' એ શ્રેષ્ઠ રસ્તો છે.

ડોપામીન સીરોટોનીનની જોડી માણસમાં વધુ ઉત્કંઠા જગાવે છે. પીડા કરાવે છે, અને માણસને દુ:ખની અનુભૂતિ અપાવે છે

મશહૂર મનોચિકિત્સક ડૉ. સુધીર શાહ .પોતાના સંશોધન માં જણાવે છે કેમનુષ્યોની સુખની વ્યાખ્યા ત્રણ પ્રકારે છે. જે તેમના પોતાના શારીરિક માનસિક અને આધ્યાત્મિક સ્તર પર આધારિત છે. તે છે મોજમઝા (Pleasure) સંતોષ (Joy)અને નિજાનંદ (bliss) તેને અનુક્રમે તામસિક રાજસિક અને સાત્વિક સુખ કહી શકો. માનવીના મગજમાં છૂટથી મળી આવતા ડોપામીન, સીરોટોનીન, Ach ઓક્સીટોસિન જેવા ન્યુરો ટ્રાન્સમીટર અને એન્ડોરફિન જેવા ન્યુરોપેપ્ટાઇડ (કેમિકલ) દ્વારા મગજની બધી મુખ્ય કાર્યવાહી થતી હોય છે. આપણી લાગણીઓ વિચારો વૃત્તિઓ, આ બધી મૂળત:

રાસાયણિક પ્રક્રિયાઓ છે.

જે ક્ષણે ક્ષણે બદલાય છે. આથી સુખ, દુ:ખ, પ્રેમ, ઇર્ષા, કરુણા, ક્રોધ કે માનસિક બીમારીઓ જેવી કે ચિંતા (એન્ઝાયટી), હતાશા (ડિપ્રેશન) આ બધું જ રાસાયણિક છે. જે ઉપર જણાવેલા કેમિકલના વધઘટ કે અસંતુલનને લીધે છે. ન્યુરોસાયન્સમાં આ બધા ન્યુરોટ્રાન્સમીટર અને તેમની સર્કિટનો બહુ અદ્યતન મશીનો જેવા કે, fMRI, SPECT, PET દ્વારા તેમનો વિશિષ્ટ રીતે અભ્યાસ થઇ શકે છે અને માપી શકીએ છીએ. તો ચાલો આપણે સમજીએ સરળ ભાષામાં.

પ્રથમ મોજમઝા (pleasure) પ્રકારના સુખ વિશે જોઇએ. મોજમઝા (pleasure) એ શારીરિક સુખ છે, ઇન્દ્રિયજન્ય છે એને તામસિક સુખ કહી શકાય. માત્ર શારીરિક સ્તર પર જીવતાં મનુષ્યો ઇન્દ્રિયજન્ય મોજમઝાને જ સુખ માને છે. પાંચ ઇન્દ્રિયોના વિષયો જેવાં કે ખાવુ-પીવું, હરવું-ફરવું તથા સંગીત, સુગંધ અને સાંસર્સિંગ સુખ..

એ પ્રકારે મોજમઝા એ જ તેમનું સુખ. આવા મોજીલા લોકોના આવી પ્રક્રિયા દરમ્યાન fMRI અને SPECT ટેસ્ટ કરવામાં આવે તો તેમાં ઉપર ચિત્રમાં દર્શાવ્યા મુજબ મગજના મુખ્યત્વે વાદળી અને લાલ રંગનો ભાગ ક્રિયાશીલ થાય છે અને વાદળી ભાગ માટેનું મુખ્ય રસાયણ ડોપામીન છે અને લાલ રંગના ભાગનું રસાયણ સીરોટોનીન છે અને ચિત્રમાં બતાવ્યા છે તે ભાગ તેમની સરકીટ છે.

ડોપામીન એ Reward સરપાવનું રસાયણ છે. કોઈ પ્રક્રિયાનું ઇનામ-વળતર, ઉન્માદ (યુફોરીયા) અને તેની પાછળનું પ્રેરણાબળ ડોપામીન છે અને સીરોટોનીન આત્મવિશ્વાસ, આશા, મૂડ અને મિજાજ માટેનું રસાયણ છે. માણસને જ્યાં જ્યાંથી ઇન્દ્રિયજન્ય સુખ સરપાવ રૂપે મળે ત્યાં તે લાલસાપૂર્વક પહોંચી જાય છે. જેટલી જેટલીવાર તેની ઇચ્છાઓ પૂરી થાય તેટલું ક્ષણિક તેને સુખ લાગે, પરંતુ ઇચ્છાઓ તો અનંત છે !

રોજેરોજ ઇચ્છાઓ પૂરી થાય નહીં અને જેવી ઇચ્છાઓ સંતોષાવાની બંધ થાય એટલે આ ડોપામીન સીરોટોનીનની જોડી માણસમાં વધુ ઉત્કંઠા જગાવે છે. પીડા કરાવે છે, અને માણસને દુ:ખની અનુભૂતિ અપાવે છે. આ દુ:ખ પ્રથમ સાંપડેલા સુખ કરતાં વધુ માત્રામાં થાય છે. આમ આધુનિક વિજ્ઞાન પણ શાસ્ત્રોની એ વાત સાથે સહમત

થાય છે કે ઇન્દ્રિયજન્ય ભૌતિક સુખો ક્ષણિક સુખ આપે પણ અંતત: તેથી વધુને વધુ પીડા અને દુ:ખ જ આપતા હોય છે.

ડોપામીન સફરજન જેવાં ફળો, સૂકા મેવા, કૌંચા, દૂધ, ચીઝ, યોગાર્ટ, ચોકલેટ જેવા ખાદ્ય પદાર્થોમાંમાંથી પણ મળે છે. બહિર્મુખી પ્રતિભાવાળી વ્યક્તિઓએ ડોપામીનનો સ્રાવ વિશેષ રહેલો હોય છે. કોકેઇન, મેથફૈટા માઇન... જેવી નશીલા ડ્રગ્સમાંથી તે મળતું હોવાથી, ઉન્માદના કેફ માટે લોકો તેના બંધાણી થઇ જાય છે. આ બધી ડોપામીનની કરામ તો છે.

રજસ સ્તર પર સુખની પરિભાષા માટે સંતોષ (Joy) શબ્દ વાપરી શકાય. અગાઉના પ્રાણીસ્તરથી ઉપરનું અને થોડું લાંબુ ચાલતું આ માનવીય ખાસિયતવાળું સુખ છે. સફળતા, સમાજસેવા, સિધ્ધિ, ધનોપાર્જન કરવું, સન્માન-એવોર્ડ પ્રાપ્ત કરવા તથા વિશેષ તો સર્જનાત્મક પ્રવૃત્તિ કરવી, નેતૃત્વ કરવું. આ બધું સંતોષજન્ય પ્રવૃત્તિની અંતર્ગત આવે તે આપણે આગલા અંકે જોયું. ન્યુરોસાયન્સની રીસર્ચ મુજબ આમાં મુખ્ય ન્યુરોટ્રાન્સમીટર રસાયણો છે.

Oxytocin, Vasopressin, Prolactin. સાથે ઇચ્છાપૂર્તિનાં રસાયણો ડોપામીન, સીરોટોનીન તો ખરા જ. અહીં ઇચ્છાઓ, તૃષ્ણાઓ છે, પરંતુ પ્રાણીસ્તરની નહિ થોડી સંવર્ધિત હોય છે. તે જીવનનો મકસદ પૂરો પાડે છે. લોકોને મદદ કરવાની ભાવના હોય છે. સાથે સાથે સામાજિક પ્રેમ, તાદાત્મ્ય, જોડાણ અને લાગણીનાં બંધનો આની ખાસિયત છે. અહંકારની પુષ્ટિ અને પરસ્પરનો વિશ્વાસ પણ કથિત રસાયણોનાં આવિર્ભાવનો ભાગ છે.

નિજાનંદનું એ સુખ જે ધ્યાન, પ્રાર્થના, સાધના, સ્વાધ્યાયમાંથી પ્રગટે તે જ પરમ સુખ છે

જોય: ઓક્સીટોસીન અને વેસોપ્રેસીનની સરકીટ

એક વાત આપણે સમજાવી જોઇએ કે માણસ ધન કમાય, એવોર્ડ સન્માન મેળવે, સમાજસેવા કરે કે રચનાત્મક સર્જનાત્મક પ્રવૃત્તિઓ કરે દા.ત. સંગીતનું કે પુસ્તકનું ચિત્રનું સર્જન કરવું... તે બધામાં તેને ખૂબ સંતોષ થાય... એ સ્વાભાવિક છે. આ પ્રકારનું સુખ, મોજ, મઝા સુખ કરતાં પ્રમાણમાં લાંબુ ચાલે, એ સમજી શકાય તેમ છે. રચનાત્મકતા, સર્જનાત્મકતા કે સન્માન વગેરેનું સુખ સ્વયંભૂ એટલે

અંદરથી પણ પ્રગટે અને સાથે એને અભિવ્યક્તિ માટે બહારની દુનિયાની પણ તેટલી જ જરૂર પડે. દા.ત., કોઈ સુંદર ચિત્ર દોરે કે સુંદર સંગીત સર્જે... પણ તેને કોઈ બિરદાવવાવાળું જ ન હોય તો ? તો તેનો સંતોષ કેટલો ટકે ? તમારી સંપત્તિ, તમારા એવોર્ડ વગેરેને બહારની દુનિયાની સ્વીકૃતિની નોંધની જરૂર રહે છે. તેમાં અભિમાનની પુષ્ટિ થાય છે. લાગણી, વિશ્વાસ, પ્રેમ પણ બહારથી મેળવવાનાં હોય છે. એટલે અંશે એ પરાવલંબી છે. પાછા એ બધાં શાસ્વત તો નથી જ. સંપત્તિ, સન્માન આજે છે. અને કાલે ન પણ હોય કેમ કે તે નાશવંત છે. તેથી અંતે તો દુ:ખ જ આવીને ઊભું રહે.

તો પછી, કયું સુખ અત્યંત દીર્ઘજીવી કે શાશ્વત કે ધનિષ્ટ છે? અધ્યાત્મ એનો જવાબ આપે છે, કે જે સુખ નિજમાંથી પ્રગટે, જે બહારની દુનિયા પર અવલંબે નહીં અને જેનો આંતરિક ઝરો ક્યારેય સૂકાય નહીં તે સુખ ધનિષ્ઠ અને શાશ્વત છે. નિજાનંદનું એ સુખ જે ધ્યાન, પ્રાર્થના, તપ, સ્વાધ્યાય, સાધનામાંથી પ્રગટે, જે કરુણારૂપે જગતના જીવો પ્રત્યે સમાનભાવે વહે અને નિ:સ્વાર્થ સેવા અને લોકકલ્યાણ દ્વારા ઉચ્ચ આધ્યાત્મિક વ્યક્તિઓને જે પ્રાપ્ત થાય તે જ પરમસુખ છે. સાચું સુખ છે.

બહારની દુનિયાના યશ-અપયશ, સ્વીકૃતિની તેને કોઈ તમા નથી. અને ન્યુરોસાયન્સ આની પુષ્ટિ કરે છે. એન્ડોર્ફીન, એન્સેફિલિન એન્ડોકેનાબોઇડ્સ ગાબા... મુખ્યત્વે આ ચાર રસાયણો માણસને નિજાનંદ અને સાથે આંતરિક શાંતિ (ગાબા રસાયણ) આપે છે. સાચું નિજાનંદનું સુખ, એ હંમેશા શાંતિ પણ આપે જ. કોઈ આ સુખ ઝૂંટવી શકે નહિ. ગાબા એ શાંતિનું તો એન્ડોર્ફીન એ પીડાશામક તત્ત્વ છે, જે મગજની પીચ્યુટરી-હાયપોથેલેમસ અને નજીકના ભાગમાંથી સ્રવે છે. પીડાનું શમન અને આનંદની અનુભૂતિ તેનો જોડીદાર હોમીન છે એન્ડોકેનાબોઇડ... લાંબી દોડ કે કસરત દરમ્યાન આપણને જે આનંદની અનુભૂતિ થાય છે તે એન્ડોકેનાબોઇડ.

વધારે ચિંતા કરવાથી આપણે માનસિક જ નહીં પરંતુ શારીરિક રીતે બીમાર થઇ જઇએ છીએ. સ્ટ્રેસના કારણે મસલ્સમાં ડિપ્રેશન, માથાનો દુખાવો, થકાવટ અને અનિન્દ્રા જેવી સમસ્યાઓથી ઘેરાઇ જઇએ છીએ. જો તણાવમુક્ત થવું હોય તો સ્ટ્રેસને મેનેજ કરવાના

કેટલાક ઉપાય અજમાવવા જોઇએ.

1. ડાન્સ કરો

એક્સરસાઇઝ શરીરમાં સ્ટ્રેસ લેવલને ઓછું કરે છે અને એન્ડોર્ફિન જેવા હેપ્પી હોર્મોન્સને રિલીઝ કરે છે, જેનાથી આપણે આનંદનો અનુભવ કરી છીએ. ડાન્સ કરવો ન ગમતો હોય તો તમે પોતાની પસંદની કોઇ પણ એક્સરસાઇઝ કરી શકો છો.

2. ઊંડા શ્વાસ લો

એક અભ્યાસમાં જાણવા મળ્યું છે કે ઊંડા શ્વાસ લેવાથી સ્ટ્રેસ અને નેગેટિવ થોટ્સ ઓછા થાય છે. જ્યારે તમે બ્રીધિંગ પ્રોસેસ પર ધ્યાન લગાવો છો ત્યારે તમારું મગજ સ્ટ્રેસ ફુલ સિચ્યુએશનથી બહાર આવી જાય છે.

3. મ્યૂઝિક

એક અભ્યાસમાં જાણવા મળ્યું છે કે મ્યૂઝિક શરીરના કોર્ટિસોલ લેવલને ઘટાડે છે અને તેનાથી સ્ટ્રેસ પણ ખતમ થાય છે. સ્લો અને સોફ્ટ મ્યૂઝિક તમારા મગજને શાંત કરે છે. આટલુ જ નહીં સંગીત હાર્ટ રેટને સ્લો કરે છે, બ્લડ પ્રેશર ઓછું કરે છે અને બોડીને રિલેક્સ કરે છે.

4. ખુશ્બૂ

ખુશ્બૂથી તમારા નાકના સ્મેલ રિસેપ્ટર્સ એક્ટિવ થઇ જાય છે. આ રિસેપ્ટર્સ મગજના તે ભાગને શાંત કરે છે જે ઇમોશન્સને કંટ્રોલ કરે છે. જેને એરોમા થેરાપી કહેવામાં આવે છે. આજના સમયમાં એરોમાથેરાપી ઘણી પ્રચલિત છે.

આ થેરાપી પર કેટલાય અભ્યાસ કરવામાં આવ્યા છે જેમાંથી જાણવા મળ્યું છે કે લવન્ડર ઓઇલ શરીર અને મગજને રિલેક્સ કરવામાં સૌથી વધારે અસરકારક હોય છે. ઓઇલ મસાજ, લોશન, બાથની સાથે સાથે એરોમેટિક કેન્ડલ્સ સુધી બજારમાં કેટલાય પ્રોડક્ટ્સ ઉપલબ્ધ છે.

તણાવ દૂર કરવા અથવા તણાવમુક્ત રહેવા માટે તમારે પહેલા તમારી ઊંઘ પર ધ્યાન આપવું જોઈએ. આમાં સારી ઊંઘ ખૂબ જ મહત્વપૂર્ણ ભૂમિકા ભજવે છે. તમે નક્કી કરો કે તમે ઓછામાં ઓછા 8 કલાક ઊંઘશો. આનો અર્થ એ થશે કે તમારું મન અને શરીર બંને સંપૂર્ણ આરામ મેળવી શકશે, અને જો તમે મનને સંપૂર્ણ આરામ આપો તો

મન પણ તમને આરામ આપશે, તે તમને શાંતિ આપશે. પૂરતી ઊંઘ તણાવ દૂર રાખવામાં મદદરૂપ છે.

જો તમારે ચિંતા ટાળવી હોય તો તમારા અહંકારને છોડી દો. પુરુષો મોટે ભાગે માનસિક બિમારીઓથી પીડાતા હોય છે તેથી જ તેઓ તેમના અહંકાર સાથે સોદો કરવા માંગતા નથી. આ કારણે નાની નાની વાત પણ તેમને વારંવાર પછાડતી રહે છે અને લાંબા ગાળે તે તમને કાયમ માટે પરેશાન કરે છે.

જો તમારા મનમાં વારંવાર આ પ્રશ્ન આવે કે તણાવમુક્ત કેવી રીતે રહેવું તો તેનો અર્થ એ કે તમે વધુ તણાવ લઈ રહ્યા છો. તમારે એક વાત યાદ રાખવી જોઈએ કે સમય બધું બરાબર કરી દે છે.

જો તમારે તણાવમુક્ત રહેવું હોય તો હંમેશા તમારાથી નીચે લોકોને જોઈને જીવો. તમે પોતે અનુભવશો કે તમારી પાસે મેળવવા માટે ઘણુ બધુ છે. મની પાસે દુ:ખ સિવાય બીજું કંઈ નથી. તેનું જીવન મુશ્કેલીઓથી ભરેલું છે. તેની વાત સાંભળ્યા પછી, તમે ભગવાનનો આભાર માનશો કે તમે મને આટલું બધું આપ્યું છે.

કોઈની સાથે તમારી સરખામણી ન કરો. તમે અલગ છો અને તમારી પોતાની કેટલીક વિશેષતાઓ છે. એ વિચારીને ક્યારેય નારાજ થશો નહીં કે તેની પાસે ઘણું બધું છે પણ મારી પાસે આટલું જ છે. દુનિયાના સૌથી મોટા અમીર લોકો પણ જ્યારે કોઈની સાથે સરખામણી કરવામાં આવે તો દુ:ખી થાય છે, તો તમારી સ્થિતિ શું છે? હંમેશા ધ્યાનમાં રાખો કે કોઈની સાથે તમારી સરખામણી કરવાનો કોઈ અર્થ નથી.

આમ 'દુઃખેષ્વનુદ્વિગ્નમનાઃ સુખેષુ વિગતસ્પૃહઃ। વીતરાગ-ભયક્રોધઃ સ્થિતધીર્મુનિરુચ્યતે।।' (ગીતા ૨/૫૬) એમ કહીને ગીતા આપણને લૌકિક સુખ-દુ:ખને પચાવવાની ઔષધિ દર્શાવે છે. રાગ, ભય અને ક્રોધ જેવાં અનિષ્ટોને નેસ્તનાબૂદ કરવાનો ઉપચાર ઓળખાવે છે. સ્થિતપ્રજ્ઞતા જ એ ઔષધિ છે, ઉપચાર છે. બસ, આપણે એનો ઉપયોગ માત્ર કરવાનો છે. અસ્તુ.

સંદર્ભ:વિવિધ ચિંતા ની માહિતી વિકિપીડિયા,વિવિધ અખબારી અહેવાલ અને જાણીતા મનોચિકિત્સક: અને મનોવિજ્ઞાન ના શિક્ષક અને પ્રોફેસર ના સંશોધન અને તેના બ્લોગ અને વેબ સાઈટ